எலிக்கும் பூனைக்கும் திருமணம்

(சிறுவர் கதைகள்)

எலிக்கும் பூனைக்கும் திருமணம்

(சிறுவர் கதைகள்)

என். சொக்கன்

Title: Elikkum Poonaikkum Thirumanam
Author's Name: N Chokkan
Copyright © N Chokkan
Published by Kamarkat

Kamarkat Prachuram
(An imprint of Zero Degree Publishing)
No. 55(7), R Block, 6th Avenue,
Anna Nagar,
Chennai - 600 040

Website: www.zerodegreepublishing.com
E Mail id: zerodegreepublishing@gmail.com
Phone : 89250 61999

Kamarkat First Edition: January 2023
ISBN: 978-93-95222-21-1
TITLE No. Kamarkat: 9

Cover Design & Layout: Vijayan, Creative Studio

பொருளடக்கம்

1. கேரட்டும் நட்பும்

ஒருநாள் அம்மா முயலுக்கு நான்கு கேரட்கள் கிடைத்தன. அவற்றைத் தன்னுடைய குட்டி முயல்களுக்குக் கொடுத்தது.

ஆக, ஒவ்வொரு குட்டி முயலுக்கும் இரண்டு கேரட்கள் கிடைத்தன.

ராஜு என்கிற முயல் குட்டி இரண்டு கேரட்களையும் தானே சாப்பிட்டு ஏப்பம் விட்டது.

வாசு என்கிற முயல் குட்டி ஒரு கேரட்டைத் தானே சாப்பிட்டது, இன்னொன்றைத் தன்னுடைய நண்பனுக்குக் கொடுத்தது.

ராஜு சிரித்தது, 'அய்யய்யே, உனக்கு ஒரு கேரட் நஷ்டம்!'

வாசுவும் சிரித்தபடி பதில் சொன்னது, 'உனக்குதான் ஒரு நண்பன் நஷ்டம்!'

இதைப் பார்த்துக்கொண்டிருந்த அம்மா முயல் சொன்னது, 'வாசு சொல்றது சரிதான் ராஜு, நீ எதையும் நண்பர்களோட பகிர்ந்து சாப்பிடணும்.'

2. பாலத்தின் அழகு

காட்டில் சிங்கம் ஒன்று நடந்துகொண்டிருந்தது. வழியில் ஒரு நதியைப் பார்த்தது.

அந்த நதியைக் கடந்து செல்ல ஒரு பாலம் இருந்தது. ஆனால், சிங்கத்துக்கு அந்தப் பாலத்தில் நடக்க விருப்பம் இல்லை.

'இந்தப் பாலம் ரொம்பச் சின்னதா இருக்கே, என்னைமாதிரி ஒரு ராஜா நடந்து போறதுக்கு ஏத்தமாதிரி கம்பீரமா இல்லையே' என்றது சிங்கம்.

பாலம் சிரித்தது, 'என்மேல நடக்கப் பிடிக்கலைன்னா நீ நதியை நீச்சலடிச்சுக் கடக்கலாமே' என்றது.

'நல்லது' என்று சிங்கம் நதியை நோக்கி நடந்தது. தண்ணீரில் கால் வைத்தது. 'ஆ' என்று அலறியது. 'இந்தத் தண்ணி ரொம்ப ஜில்லுன்னு இருக்கே!'

பிறகு, அந்தச் சிங்கம் வீணான கௌரவத்தை மறந்து, அந்தச் சிறிய பாலத்தின்மீது நடந்து சென்றது.

3. பொருந்தாத நண்பன்

யானை ஒன்றும் பூனை ஒன்றும் நண்பர்களாக இருந்தன. தினமும் அந்தப் பூனை யானைமீது ஏறி விளையாடும். யானையும் பூனையைக் காடுமுழுக்கச் சவாரியாக அழைத்துச் செல்லும்

ஒருநாள், அந்தப் பூனை நாட்டுக்குள் வந்தது. அங்கே தெருவின் இருபக்கமும் மக்கள் வரிசையாக நிற்பதைப் பார்த்தது. கூட்டத்துக்கு நடுவே புகுந்து எட்டிப் பார்த்தது.

அங்கே அரசர் யானைமீது வந்துகொண்டிருந்தார். எல்லாரும் அவரை வணங்கினார்கள்.

அதைப் பார்த்துப் பூனை காட்டுக்குள் ஓடியது, 'இனிமே காட்டுக்கு நான்தான் ராஜா' என்றது.

'அது எப்படி?' என்று எல்லா மிருகங்களும் கேட்டன.

'நான்தானே தினமும் யானைமேலே பவனி வர்றேன்?'

இதைக் கேட்ட சிங்க ராஜாவுக்குக் கோபம் வந்தது. யானையைக் கூப்பிட்டு, 'இனிமே நீ அந்தப் பூனையை மேலே வெச்சுக்கிட்டு நடக்கக்கூடாது, நான்தான் உன்மேல பவனி வருவேன்' என்றது.

யானை நொந்துபோனது. பூனையிடம், 'அட அசட்டுப் பயலே, உன்னை நண்பனாக்கிக்கிட்டதால எனக்குத்தான் தொல்லை' என்றது. 'இனிமேலாவது கண்டபடி பந்தா பண்ணாம வாயை மூடிக்கிட்டுச் சும்மா இரு!'

4. முயலும் ஒட்டகச்சிவிங்கியும்

ஒட்டகச்சிவிங்கி ஒன்று மரத்தின்மேல் இருந்த இலைகளைத் தின்றுகொண்டிருந்தது.

இதைப் பார்த்த முயல் அந்த ஒட்டகச்சிவிங்கியிடம் கேட்டது, 'உயரத்துல இருக்கிற இலைங்க ரொம்ப சுவையா இருக்குமா?'

'ஏன் அப்படிக் கேட்கறே?' என்றது ஒட்டகச் சிவிங்கி.

'நான் ரொம்பச் சின்னவன், அதனால, கீழே இருக்கிற இலைகளைத்தான் தின்னிருக்கேன்' என்று வருத்தத்துடன் சொன்னது முயல், 'உன்னைமாதிரி நானும் உயரமா இருந்தா எவ்ளோ நல்லா இருக்கும்!'

ஒட்டகச் சிவிங்கி சிரித்தது, 'எல்லாருக்கும் ஒவ்வொரு நல்ல குணம் இருக்கும், உன்னைமாதிரி வேகமா ஓடணும்ன்னு நான் ஆசைப்பட்டா எப்படி?'

அப்போதும் முயலுக்குச் சமாதானமாகவில்லை. ஆகவே, ஒட்டகச்சிவிங்கி அங்கிருந்து சில இலைகளைப் பறித்துக் கீழே போட்டது.

முயல் அந்த இலைகளை ஆவலுடன் தின்றது. பிறகு, 'இதுவும் நான் சாப்பிடற இலைங்களை மாதிரிதானே இருக்கு' என்றது ஏமாற்றத்துடன்.

'ஆமா தம்பி, இயற்கையில எல்லாமே சமம்தான். ஒட்டகச் சிவிங்கியா இருக்கறதுல எந்த உயர்வும் இல்லை, முயலா இருக்கறதுல எந்தத் தாழ்வும் இல்லை.'

5. முதலையின் முட்டாள்தனம்

தவளை ஒன்று முதலையிடம் மாட்டிக்கொண்டது.

'முதலை அண்ணா, முதலை அண்ணா, என்னை விட்டுடுங்க' என்று தவளை கெஞ்சியது.

'விடமாட்டேன், எனக்குப் பசிக்குது' என்றது முதலை.

'அதோ, அந்த மரத்துல நான் நிறையப் பழங்களை வெச்சிருக்கேன்' என்றது தவளை, 'அதையெல்லாம் உனக்குத் தர்றேன், தயவுசெஞ்சு என்னைச் சாப்பிடாதே!'

'நிறையப் பழமா?' முதலைக்கு நாக்கில் எச்சில் ஊறியது. 'எவ்ளோ பழம் இருக்கும்?'

'எனக்குச் சரியா நினைவில்லை' என்று யோசித்தது தவளை. 'நீ வாயைக் கொஞ்சம் கொஞ்சமாத் திறந்து காட்டு, சரியா எவ்ளோ பழம் இருக்குன்னு பார்த்துச் சொல்றேன்.'

பேராசைப்பட்ட முதலை வாயைத் திறந்தது. சட்டென்று தவளை அங்கிருந்து வெளியே குதித்துத் தப்பிவிட்டது.

6. திருந்திய புலி

ஒரு சிட்டுக்குருவி மேலே பறந்துகொண்டிருந்தது. அப்போது அது ஒரு புலியைப் பார்த்தது.

அந்தப் புலி ரொம்ப முரட்டுத்தனமான புலி. மற்ற புலிகளெல்லாம் பசிக்குமட்டும்தான் வேட்டையாடும், பசி தீர்ந்தவுடன் சும்மா இருக்கும். ஆனால், இந்தப் புலி மட்டும் எந்நேரமும் மிருகங்களைத் துரத்தி அடித்து வதைக்கும்.

இப்போது அந்தப் புலி வேடர்கள் வைத்த வலையில் சிக்கிக்கொண்டிருந்தது. எந்த நேரத்திலும் அவர்கள் திரும்பி வந்து புலியைக் கூண்டில் அடைத்துவிடுவார்கள் என்று பயந்தது.

ஆகவே, சிட்டுக்குருவியிடம் உதவி கேட்டது புலி.

சிட்டுக்குருவி தன்னுடைய நண்பர்களான எலிகளை அழைத்துவந்தது. புலி சிக்கியிருந்த வலையை அறுக்கச் சொன்னது.

உயிர் பிழைத்த புலி சிட்டுக்குருவிக்கு நன்றி சொன்னது. 'உனக்கு என்ன வேணும்ன்னாலும் கேளு, தர்றேன்!' என்றது.

'புலியே, நீ இன்னிக்கு உயிருக்குப் போராடினமாதிரிதானே

எத்தனையோ மிருகங்கள் உன்கிட்ட சிக்கித் தவிச்சிருக்கும்?' என்றது சிட்டுக்குருவி. 'வேட்டையாடறது உன்னோட இயல்பு, அதுல தப்பில்லை, ஆனா, உன் பசி தீர்ந்தப்புறம் எந்த மிருகத்தையும் தொல்லை பண்ணாதே, அதுவே எனக்குப் போதும்!'

'நீ சொல்றது உண்மைதான்' என்றது புலி, 'இனிமே நான் எந்த மிருகத்தையும் அநாவசியமாத் துன்புறுத்தமாட்டேன்.'

7. ஐஸ் க்ரீம் ஆசை

அணில் ஒன்றுக்கு ஐஸ் க்ரீம் சாப்பிட ஆசை.

தெருவில் ஒரு பையன் ஐஸ் க்ரீம் சாப்பிட்டுக்கொண்டிருந்தான். அவன் அருகே சென்று ஆசையாகக் காத்துக்கொண்டிருந்தது அணில்.

ஆனால், அந்தப் பையன் ஐஸ் க்ரீமை முழுவதுமாகச் சாப்பிட்டுவிட்டான். ஒரு சொட்டுகூட கீழே விழவில்லை. ஐஸ் க்ரீம் வைத்திருந்த கோன் பிஸ்கட்டைக்கூடக் கடக் முடக்கென்று கடித்துத் தின்றுவிட்டான்.

அணில் ஏமாந்துபோனது.

அடுத்து, அணில் ஒரு ஐஸ் க்ரீம் கடையருகே சென்று நின்றது. அங்கு எல்லோரும் ஐஸ் கிரீம் சாப்பிடுவதை ஆவலுடன் பார்த்தது.

ஆனால், அவர்கள் யாரும் அணிலுக்கு ஐஸ் க்ரீம் தரவில்லை. தாங்களே சாப்பிட்டுவிட்டார்கள்.

இதைப் பார்த்துக்கொண்டிருந்த ஓர் எலி சொன்னது, 'அந்தக் கடைக்குப் பின்னால் ஓர் ஓட்டை இருக்கிறது, அதன் வழியே

செ்ன்று நாம் ஐஸ் க்ரீமைத் திருடிச் சாப்பிடலாம்!'

'நான் வரமாட்டேன்' என்றது அணில், 'திருடுவது தப்பு, ஆகவே, திருட்டு ஐஸ் க்ரீம் இனிக்காது, கசக்கும்!'

அணில் சொன்னதைக் கேட்டுக்கொண்டிருந்த கடைக்காரன் அதற்கு ஒரு முழு ஐஸ் க்ரீம் கொடுத்தான். அணிலும் ருசித்துச் சாப்பிட்டு மகிழ்ந்தது.

8. பட்டாம்பூச்சி சொன்ன பாடம்

ஒரு பட்டாம்பூச்சி ஒரு பூவைப் பார்த்தது. அதன்மீது சென்று அமர்ந்தது.

அதன்பிறகுதான் அந்தப் பட்டாம்பூச்சிக்குத் தெரிந்தது, அது ஒரு பொம்மைப் பூ. அதில் மணம் இல்லை, ருசி இல்லை, தேன் இல்லை.

உடனே, அந்தப் பட்டாம்பூச்சி எழுந்து பறந்தது. தோட்டத்தில் இருந்த ஒரு நிஜப் பூவின்மீது அமர்ந்தது.

உடனே, பொம்மைப் பூவுக்கு வருத்தம். 'என்மேல உட்காரமாட்டியா? நானும் அதேமாதிரி அழகாதானே இருக்கேன்?' என்றது, 'சொல்லப்போனா அந்தப் பூ ஒரு நாள்தான் புதுசா இருக்கும், நான் தினமும் புத்தம்புதுசா இதேமாதிரி இருப்பேன்.'

பட்டாம்பூச்சி சிரித்தது. 'நான் நிஜமான பட்டாம்பூச்சி, எனக்கு நிஜமான பூக்களைத்தான் பிடிக்கும்' என்றது, 'வேணும்ன்னா உனக்காக ஒரு பொம்மைப் பட்டாம்பூச்சியைச் செஞ்சு தரச்சொல்றேன்!'

இதைக் கேட்டு பொம்மைப் பூவின் முகம் வாடியது.

பட்டாம்பூச்சி மீண்டும் சொன்னது, 'இன்னொருத்தர்மாதிரி இருக்கணும்ன்னு ஆசைப்பட்டா இப்படித்தான் ஆகும், செடியில பூக்கற பூக்களைப் பாரு, ஒவ்வொண்ணும் ஒவ்வொரு விதம், ஒவ்வொரு அழகு, ஒரு பூ இன்னொரு பூவைப் பார்த்துப் பொறாமைப்படாது, காப்பியடிக்காது! அதுதான் இயற்கையோட சிறப்பு!'

௯. நட்பே பரிசு

குரங்கு ஒன்று காட்டில் அங்கும் இங்கும் தாவிக்கொண்டிருந்தது. அப்போது, யாரோ அலறும் சத்தம் கேட்டுக் குனிந்து பார்த்தது.

அங்கே ஒரு மான் முள் செடியில் மாட்டிக்கொண்டு கத்திக்கொண்டிருந்தது.

குரங்கு விரைவாகக் கீழே குதித்து அந்த முள் செடியைக் கவனமாக அகற்றியது. மான் துள்ளி வெளியே வந்தது.

'ரொம்ப நன்றி' என்றது மான். 'நான் உனக்கு ஒரு பரிசு தரணும்ன்னு ஆசைப்படறேன்' என்றது.

'என்ன பரிசு?'

'என்னோட வா' என்று முன்னே ஓடியது மான். பின்னாலேயே குரங்கும் சென்றது.

சிறிது நேரத்தில், மானின் வீடு வந்துவிட்டது. அங்கிருந்து ஓர் அழகிய மாலையை எடுத்துக் குரங்குக்குக் கொடுத்தது மான்.

'உன் அன்புக்கு நன்றி. ஆனா, இந்தப் பரிசு எனக்கு வேணாம்' என்றது குரங்கு.

மானுக்கு ஏமாற்றம், 'நீ என்னை அவமானப்படுத்தறே' என்றது.

'இல்லை மானே, மரம் மரமா தாவற குரங்குக்கு மாலை எதுக்கு? அது பெரிய இடைஞ்சல், நான் பிச்சுப் போட்டுடுவேன், அப்புறம் நீ ரொம்ப வருத்தப்படுவே' என்றது குரங்கு, 'நாம நண்பர்களா இருப்போம், அதுவே பெரிய பரிசு!'

10. வாத்து வளர்த்த மீன்

வாத்து ஒன்று தண்ணீரில் நீந்திக்கொண்டிருந்தது.

அன்றைக்கு நன்றாகக் காற்று வீசியதால் வாத்து ஆனந்தமாக நீந்தியது. தன்னுடைய வீட்டிலிருந்து நெடுந்தொலைவு சென்றுவிட்டது.

இப்போது, வாத்துக்குத் தன் வீடு எங்கே என்பது தெரியவில்லை. எப்படித் திரும்பிச் செல்வது என்றும் தெரியவில்லை.

ஆகவே, வாத்து அழ ஆரம்பித்தது. அதைப் பார்த்துவிட்டு ஒரு மீன் அருகே வந்து விசாரித்தது.

'நான் எங்க அம்மாகிட்ட போகணும்' என்றது வாத்து. 'எங்க வீடு எங்கே இருக்குன்னு உனக்குத் தெரியுமா?'

'ம்ஹும், தெரியாது' என்றது மீன். 'நீ என்னோட வா, எனக்கு வாத்து வளர்க்கணும்ன்னு ரொம்ப நாளா ஆசை!'

வாத்துக்கு வேறு வழி தெரியவில்லை. மீனுடன் சென்றது.

மீன் தன்னுடைய தந்தை, தாயிடம் அந்த வாத்தை அறிமுகப்படுத்தியது, 'இதோ பாருங்க, இந்த வாத்துக்கு வீட்டுக்குப் போக வழி தெரியலையாம், இனிமே இதை நான் வளர்க்கப்போறேன்!'

தாய் மீன் கோபமாகத் தலையாட்டியது, 'கண்ணா, நாளைக்கே நீ எங்கயாவது நீந்திப் போயிட்டேன்னா நாங்க கவலைப்பட்டு உன்னைத் தேடமாட்டோமா? அந்தமாதிரிதானே அந்த வாத்தோட அப்பா, அம்மாவும் கஷ்டப்படுவோங்க?' என்றது, 'வா, நாமே தேடிக் கண்டுபிடிச்சு அந்த வாத்தை அதோட வீட்ல விட்டுட்டு வருவோம்!'

11. அறிவாளி மாடு

ஒரு மாடு புல் மேய்ந்துகொண்டிருந்தது.

அப்போது அங்கே ஒரு சிங்கம் வந்தது. அதற்கு ரொம்பப் பசி. மாட்டைச் சாப்பிடப் பாய்ந்தது.

சரியாக அதே நேரத்தில், அந்த மாடு வேறு பக்கம் நகர்ந்துவிட்டது. சிங்கம் பொத்தென்று தரையில் விழுந்தது. அதற்கு நல்ல அடி.

வலியில் சிங்கம் பெரிதாகக் கத்தியது. மாடு பயந்து ஓடியது.

'நில்லு, நில்லு, ஓடாதே, எனக்கு உதவி பண்ணு' என்றது சிங்கம்.

'நான் மாட்டேன்' என்றது மாடு. 'பக்கத்துல வந்தா நீ என்னைச் சாப்பிட்டுடுவே.'

'தயவுசெஞ்சு என்னைக் காப்பாத்து, நான் உன்னைச் சாப்பிடமாட்டேன்' என்று வாக்குக் கொடுத்தது சிங்கம்.

ஆனாலும், மாடு அருகே வரவில்லை. உதவி செய்யவில்லை. வேறு பக்கம் நடந்தது.

இதைப் பார்த்துக்கொண்டிருந்த ஓர் ஆடு கேட்டது. 'ச்சே, நீ ரொம்ப மோசம், அந்தச் சிங்கத்துமேல உனக்குப் பரிதாபமே வரலையா?'

'சிங்கத்துக்குக் கால்லதான் அடிபட்டிருக்கு, நகமும், பல்லும் நல்லாதானே இருக்கு? பக்கத்துல போனா நமக்குதான் ஆபத்து!' என்றது மாடு, 'நான் போய் வைத்தியரை வரச் சொல்றேன், அவர் சிங்கத்தைக் கவனிச்சுக்குவார்!'

12. ச்சீ, ச்சீ, இந்த ச்சீஸ் புளிக்கும்

ஓர் எலிக்கு சீஸ் சாப்பிட ஆசை.

ஆனால், அந்த எலி வசித்த ஊரில் சீஸே இல்லை. அங்கிருந்த மக்கள் சாப்பிடுகிற தோசை, இட்லியில் கீழே சிந்துவதைத்தான் எலி சாப்பிடவேண்டியிருந்தது.

ஒருநாள், அந்த ஊருக்கு ஒரு பணக்காரக் குடும்பம் சுற்றுலா வந்தது. அவர்கள் காரில் ரொட்டி, சீஸ் எல்லாம் எடுத்து வந்திருந்தார்கள்.

இதைப் பார்த்த எலி எப்படியாவது அந்த சீஸைச் சாப்பிட்டுவிடவேண்டும் என்று அருகே சென்றது.

மறுகணம், அங்கே ஒரு பூனை பாய்ந்து வந்தது. அந்தக் குடும்பத்தினரின் செல்லப் பிராணி அது. எலியைத் துரத்த ஆரம்பித்தது.

பயந்துபோன எலி அதிவேகமாக ஓடியது. எப்படியோ உயிர் பிழைத்தது.

மூச்சு வாங்கிக்கொண்டு தன் வீட்டினுள் புகுந்த எலி சொன்னது, 'ச்சே, இந்த சீஸ் யாருக்கு வேணும்? இட்லி, தோசைதான் சிறந்த உணவு!'

13. ஏமாந்த நரி

ஒரு நரிக்கு உடல்நிலை சரியில்லை. ஆகவே, அதனால் வேட்டையாட இயலவில்லை

அந்த நரிக்கு மிகவும் பசித்தது. ஏதாவது தந்திரம் செய்து மிருகங்களைப் பிடிக்கலாம் என்று தீர்மானித்தது.

உடனே, அந்த நரி பக்கத்திலிருந்த ஒரு குகைக்குள் சென்று ஒளிந்துகொண்டது. அங்கிருந்தபடி விநோதமாக ஏதோ ஒலி எழுப்பியது.

அதைக் கேட்டு ஏதாவது ஒரு மிருகம் குகைக்குள் எட்டிப்பார்க்கும், அதைப் பிடித்துத் தின்றுவிடலாம் என்று நினைத்தது நரி.

சிறிது நேரம் கழித்து, அந்தப் பக்கமாக ஒரு மான் வந்தது. அது இந்தச் சத்தத்தைக் கேட்டது. சுற்றிலும் பார்த்தது. குகையைக் கண்டுகொண்டது.

மான் அருகே வருகிற வாசனையை உணர்ந்த நரி, தொடர்ந்து சத்தமிட்டது. மான் எட்டிப்பார்க்கும் என்று ஆவலுடன் காத்திருந்தது.

அதே நேரம், நரியைப் பின்னாலிருந்து யாரோ பிடித்தார்கள், திரும்பிப் பார்த்தால், ஒரு கரடி.

நரி அலறியது. கரடி சிரித்து, 'எனக்கு ஓடம்பு சரியில்லை, யாராவது வந்தா பிடிச்சுச் சாப்பிடலாம்ன்னு இந்தக் குகைக்குள்ளே காத்திருந்தேன், நீயா வந்து விழுந்தே, ரொம்ப நன்றி!' என்றது.

14. அணிலும் குரங்கும்

ஓர் அணிலும் ஒரு குரங்கும் நண்பர்களாக இருந்தார்கள். இருவரும் தினமும் ஒன்றாகச் சேர்ந்து விளையாடுவார்கள், எங்கும் ஒன்றாகவே சென்று திரும்புவார்கள்.

இவர்கள் இப்படி நட்பாக இருப்பது அந்தக் குரங்கின் மற்ற குரங்கு நண்பர்களுக்குப் பிடிக்கவில்லை. அவர்கள் ஏதாவது சதி செய்து இவர்களைப் பிரித்துவிடவேண்டும் என்று பார்த்தார்கள்.

ஒருநாள் அந்த அணில் குரங்கைச் சந்திக்க வந்துகொண்டிருந்தபோது, மற்ற குரங்குகள் அதைப் பிடித்துக் கயிற்றில் கட்டி ஆற்றில் தூக்கிப் போட்டுவிட்டார்கள்.

அணில் கதறியது, துடித்தது.

அதைக் கேட்டு அதன் நண்பன் குரங்கு வந்தது. நீரில் பாய்ந்து அணிலைக் காப்பாற்றியது. மறுபக்கமாகக் கரையேறியது.

'என் உயிரைக் காப்பாத்தினதுக்கு ரொம்ப நன்றி நண்பா' என்றது அணில், 'ஆனா, நம்ம வீடு ஆத்தோட அந்தக் கரையிலதான் இருக்கு, நீ தெரியாம தப்பா இங்கே வந்துட்டே.'

'தெரிஞ்சேதான் வந்தேன்' என்றது குரங்கு. 'நம்ம நட்பு பிடிக்காதவங்க மத்தியில நாம ஏன் இருக்கணும்? நாம இந்தப் பக்கமா வீடு கட்டிக் குடியிருப்போம்.'

15. நல்லவற்றை விதைப்போம்

காட்டில் ஒரு குருவி. எங்கோ சென்று ஒரு பழத்தைக் கவ்விக்கொண்டு வந்தது.

அந்தப் பழத்தைச் சாப்பிட்டுவிட்டு, கொட்டையைக் கீழே போட்டது குருவி.

சில நாள் கழித்து, அந்தக் கொட்டை இருந்த இடத்தில் ஒரு செடி முளைத்தது. குருவி அதை அதிசயமாகப் பார்த்தது.

அந்தச் செடி வளர்ந்து மரமானது, அதில் அதேபோல ருசியான பல பழங்கள் பழுத்தன.

குருவியும் அதன் நண்பர்களும் அந்த மரத்தில் வந்து அமர்ந்தார்கள். ஆர்வத்தோடு பழங்களைச் சாப்பிட்டார்கள்.

'ம்ம்ம்ம்ம், இந்தப் பழம் ரொம்ப ருசியா இருக்கு!' என்றது ஒரு குருவி. 'நம்ம காட்டுல எங்கயும் இந்தமாதிரி பழம் கிடையாது!'

'ஆமா, நான் வேற ஒரு காட்டுலேர்ந்து இந்தப் பழத்தைக் கொண்டுவந்தேன்' என்றது முதல் குருவி, 'நீங்களும் இந்தப் பழத்தை இங்கேயே சாப்பிடாதீங்க, உங்க கூட்டுக்குக் கொண்டுபோய்ச் சாப்பிட்டுட்டு, கொட்டையை அங்கேயே கீழே போட்டுவைங்க, இதுமாதிரி நிறைய மரங்கள் முளைக்கும்.'

குருவியின் புத்திசாலித்தனமான அறிவுரையால், அடுத்த வருடம் அந்தக் காட்டில் ருசியான பழ மரங்கள் ஏராளமாக வளர்ந்து நின்றன. அவற்றை எல்லா மிருகங்களும் பறவைகளும் சாப்பிட்டு மகிழ்ந்தன.

16. முட்டைத் திருடன் யார்?

ஒரு கோழி எட்டு முட்டைகள் போட்டது.

திடீரென்று, அதில் ஒரு முட்டையைக் காணவில்லை. அந்தக் கோழிக்கு மிகவும் கோபம் வந்தது.

அப்போது அந்தப் பக்கமாக ஒரு முயல் சென்றது. அதைக் கூப்பிட்டு, 'என் முட்டையை நீதானே திருடினே?' என்று கத்தியது கோழி.

'இல்லை' என்றது முயல்.

கோழி நம்பவில்லை. 'நீதான் திருடினே, எனக்குத் தெரியும்' என்றது. 'நீ வா, நாம சிங்க ராஜாகிட்ட போவோம்!'

சிங்க ராஜா இந்த வழக்கைக் கேட்டது. முயலை விசாரித்தது. அது 'நான் திருடவே இல்லை' என்று திரும்பத் திரும்பச் சொன்னது. ஆனால் கோழியோ 'முயல்தான் திருடியது' என்றது.

குழம்பிய சிங்கம் கோழியின் வீட்டுக்கு வந்து பார்த்தது. அங்கே முட்டைகள் உடைந்து எட்டு கோழிக் குஞ்சுகள் இருந்தன.

'இதென்ன அதிசயம்?' என்றது கோழி, 'நான் பார்த்தப்போ ஏழு முட்டைதானே இருந்தது?'

சுற்றிலும் பார்த்த சிங்கம் சிரித்தது, 'அதோ பாரு, ஒரு முட்டை அங்கே உடைஞ்சு கிடக்கு' என்றது. 'நீ பார்க்காதபோது ஒரே ஒரு முட்டைமட்டும் அந்தப் பக்கமா உருண்டு ஓடியிருக்கு, அதைச் சரியாப் பார்க்காம நீ முயல்மேல குத்தம் சொல்லிட்டே!'

கோழி சிங்க ராஜாவிடமும் முயலிடமும் மன்னிப்பு கேட்டுவிட்டுத் தன் குஞ்சுகளைக் கொஞ்சச் சென்றது.

17. மோதாதே

இரண்டு ஆடுகள் சண்டை போட்டுக்கொண்டிருந்தன. அவை ஒன்றோடொன்று பலமாக முட்டி மோதின.

இதனால் இரண்டு ஆடுகளுக்கும் காயம் பட்டது. ஆனால் அந்த ஆடுகள் அதைப்பற்றிக் கவலைப்படவில்லை.

இதைப் பார்த்த ஒரு கரடி அவற்றின் சண்டையை நிறுத்த முயற்சி செய்தது. ஆனால் ஆடுகள் அதைக் கேட்கவில்லை. தொடர்ந்து மோதின.

கரடியும் விடாமல் அந்த ஆடுகளுக்கு நடுவே சென்று நின்றது. இரண்டையும் கைகளால் தடுத்தது.

கோபப்பட்ட ஆடுகள் அந்தக் கரடியை முட்டின. ஒரே நேரத்தில் இரண்டு ஆடுகள் தாக்கியதால், கரடி அடிபட்டுக் கீழே விழுந்தது.

அதன்பிறகுதான், ஆடுகளுக்குப் புத்தி வந்தது, 'அண்ணே, நீங்க நல்லது சொல்ல வந்தீங்க, உங்களைப்போய் முட்டிட்டோமே' என்று வருத்தப்பட்டன.

'பரவாயில்லை' என்று வலியை மறைத்துக்கொண்டு சிரித்தது கரடி. 'நீங்க சண்டை போடாம இருந்தாலே எனக்கு சந்தோஷம்!

18. காண்டாமிருகத்தின் கவலை

ஒரு காண்டாமிருகம் மிகவும் வருத்தமாக இருந்தது. அதைப்பார்த்த மற்ற மிருகங்கள் கேட்டன, 'நீ ஏன் இப்படி இருக்கே? என்ன ஆச்சு?'

காண்டாமிருகம் பெருமூச்சோடு சொன்னது, 'மத்த எல்லா மிருகங்களுக்கும் ரெண்டு கொம்பு இருக்கு, ஆனா, எனக்கு ஒரே ஒரு கொம்புதானே இருக்கு!'

இதைக் கேட்ட குரங்கு சிரித்தது, 'அண்ணே, உங்களுக்காவது ஒரு கொம்பு இருக்கு, எனக்குக் கொம்பே கிடையாது. நான் என்ன வருத்தப்பட்டுகிட்டு உட்கார்ந்திருக்கேனா?'

'கொம்பே இல்லாட்டி பரவாயில்லை' என்றது காண்டாமிருகம், 'ஆனா, ஒரே ஒரு கொம்பு இருக்கறது பெரிய அவமானம்!'

மிருகங்கள் எவ்வளவோ சமாதானம் சொல்லிப் பார்த்தன. காண்டாமிருகம் கேட்கவில்லை.

அப்போது அங்கு வந்த ஒரு பறவை சொன்னது, 'அண்ணே, நான் தொலைதூரத்திலேர்ந்து பறந்து வர்றேன், அந்தக் காட்டுல காண்டாமிருகங்களுக்கெல்லாம் ரெண்டு கொம்பு இருக்கு, நீங்களும் அங்கே போனீங்கன்னா உங்களுக்கும் இன்னொரு கொம்பு முளைக்குமோ என்னவோ!'

காண்டாமிருகம் திகைப்போடு அந்தப் பறவையைப் பார்த்தது, 'இத்தனை நண்பர்களை விட்டுட்டு அந்தக் காட்டுக்குப் போய் நான் என்ன செய்யறது?' என்றது. 'எனக்குக் கொம்பைவிட நீங்கதான் முக்கியம்' என்று மகிழ்ச்சியோடு எழுந்து நின்றது.

19. முயல் கட்டிய வீடு

ஒரு புலிக்கு குகையில் வசிக்கப் பிடிக்கவில்லை. தனக்கென்று ஒரு வீடு கட்டிக்கொள்ளவேண்டும் என்று ஆசைப்பட்டது.

ஆனால், அந்தப் புலிக்கு வீடு கட்டத் தெரியவில்லை. என்ன செய்யலாம் என்று யோசித்தது.

அப்போது அங்கே ஒரு முயல் வந்தது. அதைக் கூப்பிட்டு, 'எனக்கு ஒரு வீடு கட்டித் தருவியா?' என்று கேட்டது புலி.

முயலுக்கும் வீடு கட்டத் தெரியாது. ஆனால், புலிமீது உள்ள பயத்தால் 'சரி' என்று தலையாட்டியது.

மகிழ்ச்சியடைந்த புலி வீடு கட்டுவதற்கான பொருள்களைக் கொண்டுவந்து கொடுத்தது. முயல் அவற்றை வைத்து எப்படியோ ஒரு வீட்டைக் கட்டியது.

புலி பெருமையோடு அந்த வீட்டுக்குள் நுழைந்தது. ஆனால், அது மிகவும் சிறிய வீடாக இருந்தது. அதால வெளியே வர இயலவில்லை.

ஆத்திரத்தில் கத்தியது புலி, 'ஏய் முயலே, நீ என்னை ஏமாத்திட்டே! வெளியே வந்ததும் உன்னை என்ன பண்றேன் பாரு!'

முயல் சிரித்தது, 'நானே தரையில பள்ளம் தோண்டி அதுல வாழ்ந்துகிட்டிருக்கேன், என்கிட்ட வீடு கட்டச் சொல்லிக் கேட்டியே, உன்னைமாதிரி ஒரு முட்டாள் உண்டா?' என்று சொல்லிவிட்டு அங்கிருந்து ஓடிவிட்டது.

20. சோம்பல் வேண்டாம்

ஒரு சோம்பேறி ஓநாய். எந்த வேலையும் செய்யாமல் மூலையில் கிடந்தது.

ரொம்பப் பசித்தால், அது எழுந்து நடக்கும். யாராவது வேட்டையாடித் தின்றுவிட்டு மிச்சம் வைத்திருக்கிற மாமிசத்தைச் சாப்பிடும். பிறகு அங்கேயே சுருண்டு படுத்துக்கொள்ளும்.

ஒருநாள் அந்தப் பக்கமாக ஒரு யானை வந்தது. அது இந்த ஓநாயைப் பார்த்தது, 'நீ ஏன் சோம்பேறியா இருக்கே?' என்று கேட்டது.

'நீ உன் வேலையைப் பார்த்துக்கிட்டுப் போ' என்று திமிராகப் பதில் சொன்னது ஓநாய்.

கோபம் கொண்ட யானை ஓநாயைத் துதிக்கையால் சுருட்டி வீசி எறிந்தது. எங்கோ தொலைதூரத்தில் போய் விழுந்தது ஓநாய்.

'அடுத்தவாட்டி நான் இந்தப் பக்கம் வரும்போது நீ இப்படிச் சுருண்டு படுத்துக்கிட்டிருந்தேன்னா, என்ன செய்வேன்னு எனக்கே தெரியாது' என்று அதட்டிவிட்டுச் சென்றது அந்த யானை.

ஓநாய் அலறியடித்துக்கொண்டு எழுந்தது. பரபரவென்று ஓடியது.

அன்றிலிருந்து, அந்த ஓநாய்க்கு எந்த யானையைப் பார்த்தாலும் பயம், ஓரிடத்தில் உட்காரவோ, படுக்கவோ பயம். செம சுறுசுறுப்பாகிவிட்டது!

21. மானும் குருவியும்

ஒரு மான் அசந்து தூங்கிக்கொண்டிருந்தது. திடீரென்று பெரிய கர்ஜனைச் சத்தம் கேட்டு எழுந்தது.

அங்கே ஒரு சிங்கம் வந்துகொண்டிருந்தது. அதன் முகத்தில் ஏதோ கோபம்.

நல்லவேளையாக, அந்தச் சிங்கம் மானைப் பார்க்கவில்லை. சட்டென்று இன்னொரு பக்கமாக ஓடிச் சென்று ஒளிந்துகொண்டது மான்.

அதன் உடல் பயத்தில் நடுங்கியது. சிங்கம் இந்தப் பக்கம் திரும்பிவிடக்கூடாதே என்று நினைத்துக்கொண்டது.

ஒருவழியாக, சிங்கம் அங்கிருந்து சென்றுவிட்டது. மான் மீண்டும் தைரியமாக வெளியே வந்தது.

மரத்தின்மேலே இருந்தபடி இதைப் பார்த்துக்கொண்டிருந்த குருவி ஒன்று சிரித்தது, 'அய்யே, நீ சிங்கத்துக்குப் பயப்படறியா? என்னைப் பாரு, எந்தச் சிங்கம் வந்தாலும் என்னை ஒண்ணும் பண்ணமுடியாது! பறந்து தப்பிச்சுடுவேன்!' என்றது.

அப்போது அங்கே டொாம்மென்று ஒரு சத்தம் கேட்டது. குருவி பதறிப்போனது, 'அச்சச்சோ, வேட்டைக்காரங்க வந்துட்டாங்க' என்றது.

மான் சிரித்தது, 'எனக்குச் சிங்கத்தைப் பார்த்துப் பயம், ஆனா, உனக்கு வேட்டைக்காரங்களோட குரலைக் கேட்டாலே பயம்' என்றது, 'உண்மையில, உன்னைவிட நான்தான் தைரியசாலி!'

22. சினம் கொண்ட புலி

ஒரு புலி ஆற்றில் குளித்துக்கொண்டிருந்தது. அப்போது திடீரென்று ஒரு பெரிய சத்தம் கேட்டது.

புலி திடுக்கிட்டுக் கரையேறியது. சத்தம் வந்த திசையில் நடந்தது.

அங்கே ஒரு குரங்கு, ஒரு முரசை வைத்துத் தொம் தொம் என்று தட்டிக்கொண்டிருந்தது.

'நீயா சத்தம் போட்டது?' என்று உறுமியது புலி. குரங்கின் கையில் இருந்த முரசைப் பிடுங்கியது. அதைத் தூக்கி மரத்தின்மீது எறிந்தது. பிறகு, மீண்டும் ஆற்றில் குளிக்க இறங்கியது.

சில நிமிடங்களில், மறுபடி முரசு ஒலி கேட்க ஆரம்பித்தது, முன்பைவிடப் பலமாக, நிற்காமல் கேட்டது.

எரிச்சலுடன் நிமிர்ந்து பார்த்தது புலி. 'அந்தக் குரங்குக்கு என்ன திமிர்!'

ஆனால், மரத்தின்மீது குரங்கு இல்லை. காற்றில் மரக் கிளைகள் அசைந்து முரசின்மீது மோதி ஒலி எழுப்பிக்கொண்டிருந்தன.

காற்றை அடிப்பது சாத்தியமா? புலி வேறு வழியில்லாமல் சத்தத்தைச் சகித்துக்கொண்டு குளியலைத் தொடர்ந்தது.

23. ஒற்றுமையே நன்மை

ஒரு வியாபாரி தன்னுடைய ரதத்தில் நான்கு குதிரைகளைக் கட்டினார். முதல் வரிசையில் இரண்டு குதிரைகள், இரண்டாவது வரிசையில் இன்னும் இரண்டு குதிரைகள்.

முதல் வரிசையில் இருந்த குதிரைகள் பின்னால் இருந்த குதிரைகளைப் பார்த்துக் கேலி செய்து சிரித்தன, 'உங்களைவிட நாங்கதான் வேகமா ஓடுவோம், அதனாலதான் எங்களை முன்னாடி கட்டியிருக்காங்க' என்றன.

பின்வரிசைக் குதிரைகளுக்கு எரிச்சல். ஆனால், அவை எதுவும் பேசாமல் நின்றன.

முன்னால் இருந்த குதிரைகள் இன்னும் பலமாகச் சிரித்தன, 'உண்மையில நாங்கதான் இந்தத் தேரை இழுக்கறோம், நீங்க ரெண்டு பேரும் அவசியமே இல்லை, சும்மா நாங்க இழுத்த இழுப்புக்குப் பின்னாடியே ஓடி வர்றீங்களே, உங்களுக்கு வெக்கமா இல்லையா?'

மறுநாள், பின்வரிசைக் குதிரைகள் இரண்டும் தங்களுக்கு உடல்நிலை சரியில்லாததுபோல் நடித்தன.

அதனால், அந்த வியாபாரி முன்வரிசைக் குதிரைகளைமட்டுமே ரதத்தில் கட்டினார். சாட்டையைச் சொடுக்கிப் புறப்பட்டார்.

அன்று மாலை வியாபாரியுடன் திரும்பி வந்த முன்வரிசைக் குதிரைகள் நொந்துபோயிருந்தன. மூச்சு வாங்கித் திணறின.

'என்ன ஆச்சு?' ஒன்றும் தெரியாததுபோல் கேட்டன பின்வரிசைக் குதிரைகள்.

'நீங்க இல்லாததால, அவ்ளோ பெரிய தேரை நாங்கமட்டும் இழுத்துக்கிட்டு ஓடவேண்டியிருந்தது. அப்பதான் எங்களுக்கு உங்களோட அவசியமே புரிஞ்சது' என்றன முன்வரிசைக் குதிரைகள். 'நாம நாலு பேருமே ரதம் ஓடறதுக்குத் தேவை, எல்லாருமே சமம்தான். நாங்க உசத்தி, நீங்க மட்டம்ன்னு நினைச்சது தப்பு, எங்களை மன்னிச்சுடுங்க!'

24. மயிலின் நடனம்

மயில் ஒன்று தோகை விரித்து ஆடிக்கொண்டிருந்தது. மற்ற மிருகங்கள் அந்த அழகைப் பார்த்து ரசித்துக்கொண்டிருந்தன.

திடீரென்று அங்கே ஒரு சிறுத்தை பாய்ந்து வந்தது.

உடனே, மற்ற மிருகங்கள் ஓடிவிட்டன. மயில் மாட்டிக்கொண்டது.

'எனக்கு நல்ல பசி, உன்னைச் சாப்பிடப்போறேன்' என்றது சிறுத்தை.

'நான் சாதாரண மயில் இல்லை, அருமையா நடனம் ஆடற மயில்' என்றது அந்த மயில், 'என்னை நீ சாப்பிடலாமா?'

சிறுத்தை யோசித்தது, 'நிஜமாவே நீ நல்லா ஆடுவியா?' என்றது.

'ஆமா, இந்தக் காடுமுழுக்க எனக்கு ரசிகர்கள் உண்டு, தெரியுமா?' என்றது மயில், 'சந்தேகமா இருந்தா, உனக்கு நான் ஒரு நடனம் ஆடிக் காட்டறேன்!'

சம்மதித்த சிறுத்தை மயிலை விடுவித்தது. மயில் ஆடத் தொடங்கியது.

ஆரம்பத்தில் ஒழுங்காக ஆடிய மயில், திடீரென்று அங்கே இருந்த மண்ணைச் சிறுத்தையின் கண்ணில் தூவியது. 'ஆ' என்று அலறிக் கண்களைத் தேய்த்துக்கொண்டது சிறுத்தை.

அதற்குள், மயில் அங்கிருந்து ஓடி உயிர் பிழைத்துவிட்டது.

25. அழுக்கு யானை, அழகு யானை!

காட்டில் ஒரு யானை. அதற்குச் சுத்தமே தெரியாது. எப்பப்பார் அழுக்கில் புரண்டுகொண்டிருக்கும்.

சுற்றியிருந்தவர்கள் அந்த யானைக்கு அறிவுரை சொல்லிப் பார்த்தார்கள். ஆனால் அது கேட்கவில்லை. குளிக்காமல் புழுதியை மேலே வாரிப் போட்டுக்கொண்டு திரிந்தது.

ஒருநாள் அந்த யானை காட்டில் நடந்துகொண்டிருந்தபோது, திடீரென்று பெரிய மழை. யானை நன்றாக நனைந்துவிட்டது.

அதேநேரம், அழுக்கான அந்த யானையின் உடலை மழை கழுவிச் சுத்தப்படுத்திவிட்டது.

இப்போது யானையைப் பார்த்த எல்லாரும் அசந்துபோனார்கள், 'இப்பதான் உன்னைப் பார்க்க அழகா இருக்கு' என்று பாராட்டினார்கள்.

ஒவ்வொருவராகப் பாராட்ட பாராட்ட, யானைக்குக் கூச்சமாக இருந்தது. இன்னொருபக்கம் சந்தோஷமாகவும் இருந்தது.

'தெரியாம குளிச்சதுக்கே இவ்ளோ பாராட்டுன்னா, நான் தினமும் ஒழுங்காக் குளிச்சு என்னைச் சுத்தமா வெச்சுக்கிட்டா எப்படி இருக்கும்!' என்று யோசித்தது யானை. அன்றிலிருந்து சரியாகக் குளித்து மிக அழகாக மாறிவிட்டது!

26. சிங்கக்குட்டி சிரித்தது!

சிங்க ராஜாவின் மகனுக்கு இன்று பிறந்தநாள்.

ஆனால் ஏனோ, சிங்க இளவரசன் சிரிக்கவே இல்லை. உர்ரென்று முகத்தை வைத்துக்கொண்டிருந்தான்.

இளவரசனின் பிறந்தநாளுக்காகக் காடு மிக அழகாக அலங்கரிக்கப்பட்டிருந்தது. அங்கும் இங்கும் தோரணங்கள் ஆடின, பலூன்கள் கட்டப்பட்டிருந்தன.

அவற்றினிடையே குரங்குகள் குட்டிக்கரணம் போட்டன, மயில்கள் ஆடின, கிளிகள் விதவிதமாகப் பேசிச் சிரித்தன...

ஆனால், இளவரசனுக்கு எதுவுமே பிடிக்கவில்லை. அவன் பேசாமல் இருந்ததால் எல்லாருமே வருத்தத்தில் இருந்தார்கள்.

அப்போது, அங்கே ஒரு முள்ளம்பன்றி வந்தது. தெரியாமல் பலூன்களின் பக்கமாகச் சென்றுவிட்டது.

அவ்வளவுதான். அந்த முள்ளம்பன்றியின் உடலில் இருக்கும் முள் பட்டு பலூன்கள் உடைய ஆரம்பித்தன. அது பயந்து திரும்ப, மேலும் மேலும் பலூன்கள் உடைந்தன.

இதைப் பார்த்துச் சிங்கக் குட்டிக்குச் சிரிப்பு வந்துவிட்டது. அது கலகலவென்று சிரித்ததும் எல்லாரும் மகிழ்ந்தார்கள். பிறந்தநாள் கொண்டாட்டம் தொடங்கியது!

27. குகைக்குள் யார்?

சிறுத்தை ஒன்று இரைதேடிக்கொண்டிருந்தது. ஒரு குகையைப் பார்த்தது. அந்தக் குகை மிகப் பெரியதாக, மிகவும் இருட்டாக இருந்தது. அதைப் பார்த்தாலே யாரும் பயப்படுவார்கள்.

ஆனால், சிறுத்தைக்குப் பயம் இல்லை. உள்ளே சென்று அங்கே யார் இருக்கிறார்கள் என்று பார்க்க விரும்பியது. முன்னே நடந்தது.

அந்தக் குகையினுள் ஒரு மான் ஒளிந்திருந்தது. அது எப்படியாவது சிறுத்தையை உள்ளே வராமல் தடுக்கவேண்டும் என்று நினைத்தது.

மறுகணம் அந்த மான் சத்தமாக, 'வா சிறுத்தையே, வா' என்றது. சிறுத்தை திகைத்து நின்றது. 'யா... யாரது?'

'என்னையா யாருன்னு கேட்டே?' என்றது மான். 'நான் ஒரு ராட்சசன். என்னோட வாய்வரைக்கும் வந்துட்டே, உள்ளே வா, உன்னைச் சாப்பிடப்போறேன்' என்று கத்தியது. குகைக்குள் மானின் குரல் பலமடங்கு எதிரொலித்தது.

இதைப் பார்த்த சிறுத்தை பயந்துபோனது. அப்படியே திரும்பி ஓடிவிட்டது.

உயிர் பிழைத்த மான் மகிழ்ச்சியுடன் தன் வீட்டுக்குச் சென்றது.

28. எலிக்கும் பூனைக்கும் திருமணம்

ஓர் எலிக்குத் திருமணம் செய்துகொள்ளவேண்டும் என்று ஆசை. அதுவும், ஒரு பூனையைத் திருமணம் செய்துகொள்ள ஆசை.

மற்ற எலிகள் இதைக் கேலி செய்தன, 'யாராவது பூனையைப்போய் கல்யாணம் செஞ்சுக்குவாங்களா? அது உன்னைப் பிடிச்சுச் சாப்பிட்டுடும்' என்றார்கள்.

ஆனால், எலியின் மனம் மாறவில்லை. எப்படியாவது ஒரு பூனையைத் திருமணம் செய்துகொள்ளவேண்டும் என்று நினைத்தது.

எலியின் விருப்பத்தை அறிந்த ஒரு பூனை, அதைத் திருமணம் செய்துகொள்ள ஒப்புக்கொண்டது. கல்யாணத்துக்கு நாள் குறிக்கப்பட்டது.

ஆனால், எலியின் தோழர்கள் யாரும் அந்தக் கல்யாணத்துக்கு வர மறுத்துவிட்டார்கள். அவர்களுக்குப் பூனையை நினைத்துப் பயம்.

இதனால், எலி தன்னந்தனியே திருமணத்துக்குச் சென்றது. அங்கே பூனை காத்திருந்தது.

அவர்களுடைய திருமணத்துக்குப் பல பூனைகள் வந்திருந்தன. அதில் ஒரு பூனை மிக அழகாக இருந்தது.

அதைப் பார்த்ததும், மாப்பிள்ளைப் பூனையின் மனம் மாறிவிட்டது. 'நான் இந்தப் பூனையைத்தான் கல்யாணம் செஞ்சுக்குவேன்' என்று சொல்லிவிட்டது.

எலி திடுக்கிட்டது. ஆனால் அதேசமயம், பூனைக்குப் பூனைதான் சரியான ஜோடி, அதுபோல, எலிக்கு எலிதான் சரியான ஜோடி என்று அதற்குப் புரிந்தது. துள்ளிக் குதித்துக்கொண்டு வீடு திரும்பியது.

29. சினம் கொண்ட கரடிக்குட்டி

காட்டில் ஒரு கரடிக் குட்டி கோபமாக ஓடி வந்தது. 'என்னாச்சு கண்ணா?' என்று விசாரித்தது அதன் தாய்.

'அம்மா, அந்த ஊர்ல எல்லாரும் நம்மைமாதிரி கரடிங்களை என்னவோ மந்திரம் போட்டு பொம்மையா மாத்தி வெச்சிருக்காங்கம்மா' என்றது அந்தக் கரடிக் குட்டி.

தாய்க் கரடி சிரித்தது, 'அட, அது நிஜமான கரடி இல்லை, வெறும் பொம்மை' என்றது.

'உண்மையாவா சொல்றீங்க?'

'ஆமா கண்ணு, அது வெறும் பஞ்சு பொம்மை!' என்றது தாய்க் கரடி.

'அப்படியே பார்த்தாலும், அவங்க ஏன் கரடி பொம்மையை வெச்சு விளையாடணும்?' என்று கோபித்துக்கொண்டது கரடிக் குட்டி, 'வேணும்ன்னா குரங்கு பொம்மையை வெச்சு விளையாடவேண்டியதுதானே?'

தாய்க் கரடி ஒரு மரத்தைக் காட்டி, 'அங்கே ரெண்டு பழம் இருக்கு, உனக்கு எது வேணும்?' என்றது.

'அதோ, அந்தப் பழம்தான்' என்றது கரடிக் குட்டி.

'ஏன்?'

'அதுதான் பார்க்கறதுக்கு அழகா இருக்கு!'

'அதேமாதிரி, நம்மைப்போன்ற கரடிங்கதான் பார்க்கறதுக்கு அழகுன்னு மனுஷங்க நினைக்கறாங்க, நம்மைமாதிரி பொம்மை செஞ்சு வெச்சுக் கொஞ்சறாங்க' என்றது தாய்க் கரடி, 'அதை நினைச்சு நாம சந்தோஷப்படணும், பெருமைப்படணும்!'

30. மானைக் காப்பாற்றிய பால்

அந்தக் காட்டுக்கு நடுவே ஒரு சாலை உண்டு. அதில் ஒரு பால் வண்டி சென்றுகொண்டிருந்தது.

திடீரென்று அந்த வண்டி ஒரு கல்லில் ஏறி இறங்க, அதிலிருந்து ஒரு பாட்டில் பால்மட்டும் கீழே விழுந்துவிட்டது.

இதைப் பார்த்த ஒரு மான், அந்தப் பாலை எடுத்துக் குடித்தது. அது மிகவும் ருசியாக இருந்தது.

பாலைக் குடித்தவுடன் மானுக்குத் தூக்கம் வந்தது. அப்படியே படுத்துத் தூங்கிவிட்டது.

அப்போது அங்கே ஒரு புலி வந்தது. அது இந்த மானைப் பார்த்ததும் அதைச் சாப்பிடுவதற்காகப் பாய்ந்தது.

திடீரென்று, மானின் வாயில் வழிந்துகொண்டிருந்த வெள்ளையான பாலைப் பார்த்தது புலி. திடுக்கிட்டது.

'அச்சச்சோ, இந்த மான் ஏதோ விஷம் சாப்பிட்டிருக்குபோல' என்றது புலி. 'நல்லவேளை, இதைச் சாப்பிட்டிருந்தா என் உடம்புலயும் விஷம் பரவியிருக்கும், பிழைச்சேன்' என்று அங்கிருந்து ஓடிவிட்டது.

ஆக, பாட்டில் பாலால் மானின் உயிர் தப்பியது!

31. பச்சோந்திக்கு அஞ்சிய வானம்

ஒரு பச்சோந்திக்கு, இடி என்றாலே பிடிக்காது.

எப்போதாவது வானத்தில் இடி இடித்தால் அந்தப் பச்சோந்திக்கு மிகவும் கோபம் வரும். கன்னாபின்னா என்று கத்தும்.

ஒருநாள், அந்தப் பச்சோந்தி விருந்துக்குத் தயார் செய்துகொண்டிருந்தது. திடீரென்று இடி இடித்தது.

கோபப்பட்ட பச்சோந்தி வானத்தைப் பார்த்துச் சீறியது, 'உனக்கு அறிவிருக்கா? ஏன் இப்படித் திடும் திடும்ன்னு சத்தம் போடறே?'

வானம் பதில் சொல்லவில்லை, மறுபடி இடித்தது.

பச்சோந்தி ஒரு குச்சியை எடுத்துக்கொண்டது, 'இன்னொருவாட்டி இடிச்சேன்னா ஒரே குத்தா குத்திப்புடுவேன்' என்றது.

மறுகணம், மழை பெய்யத் தொடங்கியது.

பச்சோந்தி சிரித்தது, வானத்தைப் பார்த்து, 'சரி, சரி, நான் சொன்னதை நினைச்சு பயந்துட்டியா? ஏன் இப்படி அழறே?' என்றது. 'அழாதே, நான் உன்னைக் குத்தமாட்டேன், சும்மா சொன்னேன், கண்ணைத் துடைச்சுக்கோ, சிரி!'

32. தூய்மை என்னும் மருந்து

ஒரு மீன்கொத்தி பிரமாதமான திறமைசாலி, மேலே பறந்துகொண்டே இருக்கும், சரேலென்று நீரில் பாயும், அழகாக ஒரு மீனைக் கொத்திக்கொண்டு மறுபடி மேலே சென்றுவிடும்.

ஒருநாள், திடீரென்று அந்த மீன்கொத்திக்குக் கண் சரியாகத் தெரியவில்லை. தண்ணீரில் பாய்ந்தால் மீன் சிக்கவில்லை. என்ன நடக்கிறது என்றே அதற்குப் புரியவில்லை.

கவலையோடு அந்த மீன் கொத்தி மருத்துவரிடம் சென்றது. அவர் அதன் கண்களைப் பரிசோதித்துவிட்டு, 'எல்லாம் சரியாதான் இருக்கு' என்றார்.

'ஆனா, மேலே பறக்கும்போது எனக்கு இப்பல்லாம் மீன் தெளிவாத் தெரியமாட்டேன்குதே, அது ஏன்?' என்றது மீன் கொத்தி.

'அதான் எனக்கும் புரியலை' என்ற மருத்துவர் மீன் கொத்தி வாழ்ந்த குளத்தை வந்து பார்த்தார். அவருடைய முகம் சுருங்கிப்போனது.

'மீன் கொத்தியே, இது உன்னோட பிரச்னை இல்லை' என்றார் மருத்துவர், 'இந்தத் தண்ணியில நிறைய அசுத்தம் கலந்திருக்கு,

அதனால, தண்ணி கலங்கிப்போய் உனக்கு ஒண்ணுமே தெரியலை!'

'இது உனக்குமட்டும் பிரச்னையில்லை, இங்கே வாழுற மீன்களுக்குப் பிரச்னை, இங்கே தினமும் தண்ணி குடிக்கிற மிருகங்கள், பறவைகள் எல்லாத்துக்கும் பிரச்னை' என்று வருத்தத்துடன் சொன்னார் மருத்துவர், 'காட்டுக்கே பொதுவான குளத்தை யாரும் அசுத்தப்படுத்தக்கூடாதுன்னு எல்லார்கிட்டயும் போய்ச் சொல்லு! அதுதான் உன்னோட நோய்க்கு மருந்து!'

தெளிவான எழுத்தும் ஆழமான ஆய்வும் நிறைந்த நூல்களுக்காகத் தமிழ் வாசகர்களிடையில் நன்கு அறியப்பட்டுள்ள என். சொக்கன் புனைவு, வாழ்க்கை வரலாறு, நிறுவன வரலாறு, தன்னம்பிக்கை, சிறுவர் இலக்கியம் உள்ளிட்ட துறைகளில் இதுவரை எழுபதுக்கும் மேற்பட்ட நூல்கள், நூற்றுக்கணக்கான கதைகள், கட்டுரைகளை எழுதியுள்ளார். விரிவான ஆய்வுகள், சான்றுகளின் அடிப்படையிலான ஆழமான வரலாற்று நூல்களைத் தமிழில் எழுத இயலும், அவற்றைப் பெரும்பான்மை வாசகர்களுக்குக் கொண்டுசேர்க்கவும் இயலும் என்பதைப் பலமுறை நிருபித்த எழுத்து வகை இவருடையது.

தமிழ், ஆங்கிலம் ஆகிய இரு மொழிகளிலும் எழுதும் சொக்கனுடைய நூல்கள் ஹிந்தி, கன்னடம், மலையாளம் உள்ளிட்ட பல மொழிகளில் மொழிபெயர்ப்பாகியுள்ளன.